പൂർണ

2023

സരസമ്മ എൻ. നായർ

കോട്ടയം ജില്ലയിലെ ഇരവിനെല്ലൂരിൽ പുളിന്താനത്ത് വീട്ടിൽ 1944-ൽ ജനനം. കേരള സർക്കാറിന്റെ പൊതുവിദ്യാഭ്യാസ വകുപ്പിൽ മൂന്നു പതിറ്റാണ്ടിലേറെക്കാലം സേവനമനുഷ്ഠിച്ചശേഷം അസിസ്റ്റന്റ് പ്രൊവിഡന്റ് ഫണ്ട് ഓഫീസറായി എറണാകുളം D.D ഓഫീസിൽനിന്ന് വിരമിച്ചു. ഭർത്താവ് പരേതനായ ശ്രീ. നാരായണൻ നായർ ടി. ആർ (മുൻ F. I. T ഉദ്യോഗസ്ഥൻ). മക്കൾ: ആശ, പ്രിയദർശിനി. മരുമക്കൾ: ജയകൃഷ്ണൻ, പ്രിയേഷ്. വിലാസം: Prasanthi (H), S.P.W. Road, Thaikkattukara. P.O., Aluva, Ernakulam (Dt.), Pin: 683106. Mob: 9446475919.

കവിതകൾ

സരസമ്മ എൻ. നായർ

ഭാവഗീതങ്ങൾ

പൂർണ പബ്ലിക്കേഷൻസ്, കോഴിക്കോട്
കോഴിക്കോട് ■ കല്പറ്റ ■ തിരുവനന്തപുരം

Poorna Publications

Bhavageethangal
Poems
Sarasamma N. Nair

Malayalam
First Edition: May 2023

Cover design: Subin Yuva

Typesetting: Poorna Clt.
Printing: Manipal Technology

ISBN: 978-81-300-2627-5
10095(4-2023) 84.I.0.a.

Published by:
POORNA PUBLICATIONS, KOZHIKODE
TBS Building, G.H. Road, Kozhikode-673001
Ph: 0495-2720085, 2720086, 2721025

Branches:**Kalpetta** 04936-203842
Thiruvananthapuram 0471-2570504

e-mail:tbsbook@gmail.com
Online Bookstore: www.tbsbook.com

ഉള്ളടക്കം

മഹാശിവരാത്രി

കുംഭമാസത്തിലെ ശിവരാത്രി ഏവർക്കും
കുംഭമേളപോലേറ്റം പ്രിയങ്കരം
ഇമ്പമോടെയീ രാത്രിയേ വർണ്ണിക്കാൻ
തമ്പുരാനേ ശിവനേ തുണയ്ക്കണം.

കൈലാസപതി ശംഭുവിൻ നാമത്താൽ
ആലുവായും പ്രസിദ്ധമായ് തീർന്നിതാ
ശ്രീമഹാദേവ നാമസ്തുതികളാൽ
ശ്രീയെഴുന്നൊരീ നാടുണർന്നീടുന്നു.

പേരെഴും പെരിയാറും ഭഗവാന്റെ
പ്രേമഭാജനമായുള്ള ഗംഗപോൽ
പേലവമായ തൻകരവല്ലിയാൽ
പാദപൂജകൾ ചെയ്തൊഴുകീടുന്നു.

ആർത്തിരമ്പും ജനസഹസ്രങ്ങളേ
ചേർത്തുനിർത്തിപ്പെരിയാറും ധന്യയായ്
എന്തൊരദ്ഭുതമീ മഹാരാത്രിയേ
ഹന്ത! വർണ്ണിക്കാനാർക്കുമെളുതല്ല.

വില്വമംഗലം ദർശിച്ച ദേവനോ
വില്വമാലയണിഞ്ഞു വിളങ്ങുന്നു.
കത്തിനിൽക്കുന്ന കർപ്പൂരദീപങ്ങൾ
എത്തിക്കുന്ന സുഗന്ധം പരക്കവേ
അമ്പലത്തിലെയാൽത്തറമേലതാ
പമ്പമേളം മുഴക്കും കുരുവികൾ
ആർത്തിനാശനനാകും ഭഗവാന്റെ
കീർത്തനാലാപം കേട്ടു മയങ്ങുന്നു.

ഏഴഴകേഴും വൈദ്യുത ദീപങ്ങൾ
ചൂഴ്ന്നുനിൽക്കും പുഴയുടെ തീരവും
കാറ്റിലാടുമരയാലിൻ ചില്ലയും
പോറ്റിയേകൂപ്പി നിൽക്കുന്നു ശാന്തരായ്.

സ്വച്ഛനീലജലാശയാന്തർഭാഗേ
സ്വേച്ഛയാൽ ദീപം ചാർത്തുന്നു വർണ്ണങ്ങൾ
ഇച്ഛയോടെ ത്രിസന്ധ്യയും ദേവനേ
സ്വച്ഛമോദം വണങ്ങി നിന്നീടുന്നു.

വീഥിനീളെ വഴിവാണിഭങ്ങളും
തീരം നീളെ വിവിധ ദൃശ്യങ്ങളും
ഭിന്നജാതികൾ ഭാഷകൾ വേഷങ്ങൾ
ഭംഗിയോടെയീ തീരത്തു കണ്ടിടാം.

മണ്ണിൽ വിണ്ണിനേയാദരിച്ചീടുന്ന
പുണ്യമാമിദ്ദിനത്തെക്കൺ പാർക്കുവാൻ
പുണ്യശ്ലോകരാം പൂർവ്വികരൊക്കെയും
പുണ്യക്ഷേത്രേ ഉപവിഷ്ടരായിടും.

ഇല്ല ജാതിമതചിന്തകളൊന്നും
ഇല്ലിവിടെയീക്ഷേത്രാങ്കണങ്ങളിൽ
സർവ്വരും പരമാനന്ദചിത്തരായ്
സന്ധ്യാ ദീപങ്ങൾ കണ്ടുമടങ്ങുന്നു.

ഇങ്ങനെയുള്ളൊരീ മഹാരാത്രിയേ
തിങ്ങിയ മോദാൽ നാം നമിച്ചീടണം
ഉന്നതമാകുമീ മത സൗഹൃദം
മിന്നി നിൽക്കണെ മുജ്വല ജ്വാലയായ്.

പെരിയാർ

പാവനയാകും പെരിയാറിൻ തീരത്ത്
പാകിയോരാ കല്പടവുകളിൽ
അക്കരെയെത്തുവാനുള്ളൊരാകാംക്ഷയാൽ
ഇക്കരെ ഞാൻ തോണി കാത്തു നിന്നു.

മുന്നോട്ടുപോകുവാനെൻമനം വെമ്പവേ
പിന്നിൽനിന്നാരോ മൊഴിഞ്ഞുമെല്ലെ
ഇല്ല പുഴയിൽ കരേറുവാൻ തോണികൾ
ഇല്ലിനിത്തോണികളെത്തുകില്ലാ.

സന്തപ്തചിന്തയാൽ ഖിന്നയായ് തീർന്ന ഞാൻ
സാകൂതമാപ്പുഴ നോക്കിനിന്നു.
പിന്നിട്ടവർഷങ്ങളൊക്കെയും മങ്ങാതെ
വന്നു നിറഞ്ഞെൻ സ്മൃതിപഥത്തിൽ

അന്നീപ്പുഴതൻ വിശാലമണൽപ്പുറം
മിന്നി നിന്നു സൂര്യതേജസ്സിനാൽ
കുളിരു പകരുന്ന നൽജലം മെല്ലവേ
കളകളം പാടിയൊഴുകിടുമ്പോൾ

വെള്ളിവിതാനമൊരുക്കും പരലുകൾ
വെള്ളത്തിൽ തുള്ളിക്കളിച്ചിരുന്നു.
പഞ്ചാരവെൺമണൽ തിട്ടയിൽ കുട്ടികൾ
ചെമ്മാനം നോക്കി രസിച്ചിരുന്നു.

ഓളപ്പരപ്പിലങ്ങോട്ടുമിങ്ങോട്ടുമായ്
താളത്തിലോടങ്ങളോടിയെത്തീ
ഇന്നാ മണൽതിട്ട പാടേ മറഞ്ഞുപോയ്
വന്നു നിറഞ്ഞു ചളിയും ചേറും.

തീരങ്ങളില്ലിവൾക്കോടിയണയുവാൻ
തോരാത്തകണ്ണീർക്കയങ്ങൾ മാത്രം
സന്താപമാർന്നവൾ സാഗരം പൂകുവാൻ
സംഭ്രമത്തോടൊഴുകിടുമ്പോൾ

ഹതഭാഗ്യയാകുന്നൊരിവളേത്തടയുന്നു
നൂതനമാം മണൽ ബണ്ടുകൾ
ബണ്ടുപൊട്ടുന്നതും കാത്തങ്ങിരിക്കുന്നു
പണ്ടു പണ്ടേ മണൽ മാഫിയകൾ

കളിയല്ലാ സാഗരം പുഴയേത്തഴുകിയാൽ
കുടിവെള്ളം കിട്ടാതുഴലും നമ്മൾ
അറിയാതെയെന്നുള്ളിലൊരുതേങ്ങലുയരവേ
അറിയാതെ മന്ത്രിച്ചെന്നന്തരംഗം

പൂർവ്വികർ തൻ ചിതാഭസ്മങ്ങൾ പേറുമീ
പുണ്യ നദിയേ നാമാദരിയ്ക്കാം.

ഗ്രാമവസന്തം

വിഷുപ്പക്ഷിപാടുന്ന പാട്ടിന്റെയീണം
വിടർത്തുന്നുവല്ലോ വസന്തത്തിന്നോർമ്മ
തിരക്കേറിയോരീ നഗരത്തിൽ നിൽക്കെ
തിരക്കിട്ടു ഞാനെന്റെ ഗ്രാമത്തെയോർത്തു.

വാസന്ത ദേവിക്കു വർണ്ണങ്ങൾ ചാർത്തുന്ന
വാസന്ത സുന്ദരിയാണെന്റെ ഗ്രാമം
വസന്തോത്സവപ്പൊൻപുലരി കാൺമാൻ
വന്നാലും നിങ്ങളെൻ ഗ്രാമഭൂവിൽ.

പുലർകാലസൂര്യനുദിച്ചുയരുന്നേരം
മലരുകൾ മെല്ലെ മിഴിതുറക്കും
പുലരിയാൾ നവ്യമാം പുഷ്പഹാരം
പ്രകൃതിയാം ദേവിക്കു ചാർത്തിനിൽക്കും.

പാടം കതിർമാല ചൂടിനിൽക്കും
പാടാൻ തുടങ്ങും ചെറു കിളികൾ
അരികിൽപ്പുഴ തന്റെ മാറിലായി
ചിരിതൂകി നിൽക്കും ചെന്താമരകൾ

പുഷ്ക്കരമുല്ല നൽപ്പുത്തിലഞ്ഞി
പുഷ്പിണിമാരായ് കുണുങ്ങി നിൽക്കും
ഏഴിലം പാല പൂ ചൂടിനിൽക്കും
ഏഴഴകായ് കണിക്കൊന്ന പൂക്കും.

കാടും തൊടിയും ഫലപുഷ്ടമായിടും
കാട്ടിൽ കുയിൽപ്പെണ്ണു പാട്ടുപാടും
വാസനപ്പൂക്കൾ തൻ സൗരഭ്യത്തേ
വാനിലുയർത്തിടും മന്ദാനിലൻ

ശ്യാമയാം സന്ധ്യയോ സിന്ദൂരരേണുക്കൾ
സീമന്ത രേഖയിൽ ചാർത്തി നിൽക്കും.
സുഖദമാമൊരു സ്വപ്നബിന്ദുവായീ
സുഖമേകുവാനായ് വരില്ലേ വസന്തം?

എന്റെ കേരളം

വീരനാം സഹ്യനെ വാരിപ്പുണരുവാൻ
ചാരത്തണയുന്ന വെള്ളിമേഘങ്ങളേ
നീല വിഹായസ്സിൻ വാതായനം നീക്കി
ആലോകനം ചെയ്യുകീ പുണ്യഭൂമിയെ.

സഹ്യന്റെ മാനസ പുത്രിയല്ലേയിവൾ
സർവ്വാംഗ സുന്ദരിയാകുമീ കേരളം
ധീരനാം രാമൻ പരശുവാൽ നേടിയ
പാരിതല്ലോ മമ കേരളം മോഹനം.

കാട്ടുകുറിഞ്ഞികൾ പൂചൊരിഞ്ഞീടുന്ന
കാടുകൾ, മേടുകൾ കുന്നിൻ ചെരിവുകൾ
കാട്ടു പൂഞ്ചോല കളകളം പാടുന്ന
കാനന ദൃശ്യങ്ങളെത്ര മനോഹരം

ഇരയിമ്മൻ തമ്പിതൻ താരാട്ടുപാട്ടിനാൽ
തരളമായ് തീർന്നില്ലേയിക്കൊച്ചു കേരളം
സ്വാതി തിരുനാളിൻ സ്വരരാഗസുധയിലേ
ശ്രുതിയിൽ കുളിർകോരി നിന്നതില്ലേയിവൾ

നാനാമതസ്ഥർ തൻ പ്രാർത്ഥനാലാപവും
നീളെ മുഴങ്ങുന്ന വാദ്യഘോഷങ്ങളും
ചാരുതരമായ നൃത്തനൃത്ത്യങ്ങളും
കൈരളിയ്ക്കേകുന്നകതാരിൽ നിർവൃതി

ദേവാംശ സംഭവൻമാരുൽഭവിയ്ക്കയാൽ
ദേവകൾ തന്നുടെ നാടെന്ന കീർത്തിയും
ദൈവദത്തം മലയാളമാം ഭൂമിക്ക്
ദൈവമേ വന്നതിൽ തെല്ലുമില്ലദ്ഭുതം.

ശാന്തിമന്ത്രങ്ങളുരുവിട്ടു നിൽക്കുന്ന
ശാലീന സുന്ദരിയാകുമെൻ കൈരളീ
നിന്റെ സൽക്കീർത്തിയുയരട്ടെ വാനോളം
സംപൂജ്യയാകട്ടെ ഭാരതാംബ.

നിള

താളത്തിൽ മേളത്തിൽ പായും നിളേ നിന്റെ
ഓളങ്ങൾക്കെന്തൊരു വശ്യഭംഗി
ഓമനേ നിന്റെ പ്രയാണ വേഗത്തിങ്കൽ
മാമാങ്കമെത്ര കഴിഞ്ഞുപോയി.

നാവാമുകുന്ദന്റെ തൃച്ചേവടികളിൽ
നീ ലോല ലോലം തഴുകി നിൽക്കെ
നീലക്കടമ്പുകൾ ചാർത്തി നിൻ മൂർദ്ധാവിൽ
നിർമ്മലേ നവ്യമാം പുഷ്പഹാരം.

നിൻതിരു തീർത്ഥമുൾക്കൊണ്ടന്നു വള്ളത്തോൾ
നിൻതിരുമുറ്റത്തരങ്ങൊരുക്കി
ആട്ടവും പാട്ടും കളികളുമായിട്ട്
കെട്ടിപ്പടുത്തു കലാമണ്ഡലം.

ഇന്നതിൻ നാമത്താൽ ധന്യമാം കേരളം
മിന്നുന്നു പാരിൽ മകുടമായി
കാലചക്രത്തിൻ ഭ്രമണവേഗത്തിങ്കൽ
കാപാലികർ നിന്നെ വേട്ടയാടി.

നിൻമൃദു കഞ്ചുകമാം മണൽതിട്ടകൾ
നിർലജ്ജം ചീന്തി വലിച്ചെറിഞ്ഞു.
നിൻമൃദുമേനി പിളർന്നു കുശപ്പുല്ലിൻ
നിർദ്ദയമാകും നഖമുനകൾ

സന്തപ്ത ചിന്തയാൽ ഖിന്നയായ് തീർന്ന നീ
സഞ്ചാര വേഗം കുറച്ചു നിൽക്കെ
നിൻ തെളിനീരാകും കണ്ണുനീർത്തുള്ളികൾ
എന്നിലുണർത്തുന്നു ശോകഭാവം.

നാടോടിമാർ

പാതയോരത്തെ പുറമ്പോക്കു ഭൂമിയിൽ
പാലയും കൊന്നയും പൂക്കുന്ന വീഥിയിൽ
നാടോടിമാരവർ താവളം തീർക്കുന്നു
നാടും നഗരവും ചുറ്റിക്കറങ്ങുന്നു.

സ്വന്തമായ് നാലതിരില്ലവർക്കെങ്കിലും
അന്തിയുറങ്ങുവാൻ പോരും മരത്തണൽ
മന്ദാനിലൻ തന്റെ ശീതള സ്പർശത്താൽ
മന്ദേതരം നിദ്ര പൂകുമീയാത്രികർ.

കേവലം യാത്രികരല്ലിവർശിൽപ്പികൾ
കൈവിരുതേറും പ്രയത്നശീലർ
നഗ്നനേത്രങ്ങൾക്കദൃശ്യനാമീശ്വരൻ
നിത്യവും ദൃശ്യനാകുന്നിവർക്കുൾക്കണ്ണിൽ,

വിദ്യാവിഹീനരാണെങ്കിലുമീ മർത്ത്യർ,
വിശ്വപ്രകൃതിയേ പൂജിക്കും സേവകർ.
തുച്ഛമാം പാഴ്‌വസ്തുവാലിവർ നിർമ്മിക്കും
മെച്ചമേറീടുമലങ്കാര ശിൽപ്പങ്ങൾ.

ഇല്ലിവർക്കാശങ്ക നാളെയെ ചൊല്ലിയും
അല്ലൽ നിറഞ്ഞതാമിന്നിനെ ചൊല്ലിയും
മാറാം പ്രകൃതി ഋതുക്കളെന്നാകിലും
മാറ്റമില്ലാതിവർ യാത്ര തുടർന്നിടും.

വാങ്ങാമൊരു ചെറുശില്പം നമുക്കായി
താങ്ങായിത്തീരാമിവർക്കു നമ്മൾ.

തിരുവാതിര

പൂത്തിരുവാതിരയെന്നന്തരംഗത്തിൽ
പൂത്തുനിന്നീടുന്നു മംഗല ആതിരാ
ഓർത്തു പോകുന്നു ഞാനിന്നുമെന്നാതിരേ
ആർത്തുല്ലസിച്ചോരെൻ ബാല്യകാലം.

ആതിര നാളിലും മുൻപുള്ള നാളിലും
പാതിരാപോലുമുണർന്നിരുന്നു
ശ്രീസന്ധ്യ സിന്ദൂരം ചാർത്തിനിന്നു തിങ്കൾ
ശ്രീചൊരിഞ്ഞംബര മധ്യത്തിലും.

താരാപഥത്തിലങ്ങാകാശ വീഥിയിൽ
താരകൾ പൂത്തിരിയായ് ജ്വലിച്ചു.
അന്തിമയക്കത്തിലംഗനമാരെല്ലാം
ചന്തത്തിൽ തന്നെയങ്ങൊത്തുകൂടി.

ചെത്തിമിനുക്കിയ പൂമുഖമുറ്റത്ത്
പുത്തനാം നൽവിളക്കൊന്നു വച്ചു.
അപ്പം മലരവിൽ നാളികേരം ഗുളം
മുൽപ്പാടുവച്ചു ഗണപതിക്ക്

ചേലൊത്ത മങ്കമാർ ചാരേ നിരന്നല്ലോ
ചേതോഹരമൊരു വൃത്തമായീ
വിഘ്നങ്ങൾ തീർക്കുവാൻ വിഘ്നേശ്വരനേയും
വിദ്യാധിദേവത വാണിയേയും.

കുമ്പിട്ടു കൂപ്പി സ്തുതിച്ചവർ മെല്ലവേ
കൈകൊട്ടിപ്പാട്ടും കളി തുടങ്ങീ
എട്ടു കിഴങ്ങുകൾ ചുട്ടെടുത്തുള്ളൊരു
ഇഷ്ടവിഭവമാം എട്ടങ്ങാടീ

വെള്ളോട്ടുരുളിയിൽ നേദിച്ചു വച്ചല്ലോ
ഉള്ളംകുളിർപ്പിക്കും കന്യയാളും
പത്തു വൃത്തം പതിനാലു വൃത്തം പാടീ
പത്തു പുഷ്പത്തിൻ മഹിമചൊല്ലീ

നൂറു തേച്ചുള്ളൊരു വെറ്റിലതൻ ചുരുൾ
നൂറ്റൊന്നുവട്ടം ചവച്ചുതുപ്പി
ചെന്തൊണ്ടി വായ്മലർ നന്നായ് ചുവപ്പിച്ചു
ചെന്താമരാക്ഷിമാർ ചോടു വച്ചു.

നിലാപ്പൂപുഞ്ചിരി തൂകിക്കൊണ്ടമ്പിളി
വാനിലുയർന്നു പരിലസിച്ചു
മംഗല ആതിരാ നൽപ്പുരാണങ്ങളും
മങ്കമാർ പാടി പുകഴ്ത്തിയാടി.

പാതിവ്രത്യത്തിൻ മഹിമ ചൊല്ലി
പാതിരാപ്പൂ ചൂടി സുന്ദരിമാർ
കുമ്മിയടിപ്പാട്ടിൻ മന്ത്രധ്വനികേട്ടി-
ട്ടമ്മൂമ്മമാർ പോലും ചോടു വച്ചു.

ആർപ്പും കുരവയും പാട്ടും തുടികുളി
ആകെയൊരുത്സവമായിരുന്നു.

ആ നല്ല നാളുകൾ ഹാ പോയ്മറഞ്ഞിതാ
ആതിരേ നീയെനിക്കന്യയായി
എങ്കിലും നിന്നോർമ്മയെന്നിൽ നിറയട്ടെ
എന്നെന്നും മായാത്ത നിർവൃതിയായ്.

വായനാശീലം

വായനയെന്ന ചൊൽ കേൾക്കുന്ന നേരത്ത്
വേഗത്തിലോടും കിടാങ്ങളെല്ലാം.
മിണ്ടാതിരിക്കെന്നു ചൊല്ലിക്കൊണ്ടോടുന്നു
മാധ്യമപ്പെട്ടി തൻ മുൻപിലേക്കായ്.

ചേലൊത്ത ഫോണതും, ലാപ്ടോപ്പുമുണ്ടല്ലോ
ചാരത്തുതന്നെ കളിപ്പതിന്നായ്
മാധ്യമപ്പെട്ടിയും കമ്പ്യൂട്ടറുമായി
മാറ്റിമറിക്കുന്നു ജീവിതത്തെ.

വാർദ്ധക്യമേറിയോർ വാതിൽതുറന്നിട്ടു
കാത്തിരിക്കും ദിനപ്പത്രമെത്താൻ
എന്തൊരു വൈരുദ്ധ്യമീ മലനാടിതിൽ
ഹന്ത! ഭവിക്കുന്നു നാളിൽ നാളിൽ.

പണ്ടായിരുന്നു ഹാ വായനശാലകൾ
ഇണ്ടലേശാത്തോരഭയ സ്ഥാനം
കുഞ്ചന്റെ തുള്ളലും തുഞ്ചന്റെ തത്തയും
കൊഞ്ചിപ്പറന്ന വിജ്ഞാനകേന്ദ്രം.

പതിവായി കൂട്ടുകാരെവിടെ വന്നെത്തിടും
പലവിധ രചനകൾ നോക്കിവാങ്ങാൻ
ഇന്നതിൻസ്ഥാനത്തു വന്നു നിറഞ്ഞിതാ
ഉന്നതമാം മണി മന്ദിരങ്ങൾ.

വായനയ്ക്കായ് സ്വയം ജീവിതമർപ്പിച്ച
വന്ദ്യനാം പി.എൻ. പണിക്കരുസാർ
തന്നുടെയോർമ്മയ്ക്കായല്ലയോനാമെല്ലാം
വായനാ വാരമിന്നാഘോഷിപ്പൂ.

വായനാശീലം വളർത്തേണം നാമെല്ലാം
വായിച്ചുതന്നെ വളർന്നീടേണം
ആരാധ്യരായുള്ള പൂർവ്വികർ നമ്മൾക്കായ്
ആവോളം തന്നില്ലേ സൽകൃതികൾ

ആസ്വദിക്കേണമതിന്റെ ഗുണരസം
ആർജ്ജിച്ചീടേണം കരുത്തതിനാൽ
വായിക്കുമെങ്കിൽ വളരും വിവേകവും
വർദ്ധിക്കും സൽബുദ്ധി ഹൃത്തിലെന്നും.

വികസിത കേരളം

വികസനം നാടിന്റെ മുഖമുദ്ര മാറ്റുന്നു.
വികസനപ്പാതയിലാണു നമ്മൾ
വികസന മോഹത്താൽ നമ്മളീ നാടിനേ
വികൃതമാക്കീടുന്നു നാളിൽ നാളിൽ
ഹരിതാഭയാർന്നൊരീ കേരളനാടിന്നു
പരിതപിച്ചീടുന്നു മാലിന്യത്താൽ
പുന്നെല്ലിൻ പൂങ്കുലച്ചാർത്തിലുലഞ്ഞതാം
പുഞ്ചപ്പാടങ്ങളും പാഴ്നിലമായ്
പുഞ്ചനിലങ്ങളിൽ ചെഞ്ചുണ്ടുമായ്വന്ന
പഞ്ചവർണ്ണക്കിളി പോയ്മറഞ്ഞു.
കുന്നുകൾ, മാമല, നൽശിലാജാലങ്ങൾ
ഒന്നുമില്ലെല്ലാം സമതലമായ്
വാനോളമെത്തുന്ന വൻമണിമേടകൾ
വായു സഞ്ചാരം മുടക്കി നിൽപ്പൂ
ദാഹജലം നൽകും നദികൾ കുളങ്ങളും
ദുർഗന്ധവാഹികളായി മാറി.
വിലയേറ്റത്താൽ നിത്യം വലയുന്നിതാജനം
വിലയില്ലാത്തോരിന്നുമനുജർമാത്രം.
മാറിനിൽക്കാനുള്ളൊരാജ്ഞയും ഗർവ്വുമായ്
ചീറിപ്പാഞ്ഞീടുന്നു വാഹനങ്ങൾ
റോഡുമുറിച്ചുകടക്കുവാനാകാതെ
മീഡിയനിൽച്ചേർന്നു നിൽപ്പൂജനം
ആളുകൾ നീതി സ്വയം നടത്തീടുമ്പോൾ
നീതിപീഠം പോലും ലജ്ജിക്കുന്നു.
സത്യധർമ്മങ്ങൾ പടികടന്നീടുന്നു
സ്വാർത്ഥതക്കേറുന്നു മുൻതൂക്കങ്ങൾ
സ്വഛമാം ഗ്രാമങ്ങളൊന്നുമില്ലാ നാട്ടിൽ
സ്വസ്ഥമാം ജീവിതമെങ്ങുമില്ലാ.
ഒരുതരി സ്വർണ്ണത്തിനായിട്ടു ദുഷ്ടന്മാർ
ഗുരുതി നടത്തുന്നു നിഷ്കരുണം.

സംസ്കാര സമ്പന്നർ വാഴുന്ന നാടിന്നു
തസ്കരന്മാരുടെ കേന്ദ്രമായി
വർഷ ശിശിര ഹേമന്തങ്ങൾ മോഹമായ്
വേനലിൽ കാഠിന്യമേറിടുന്നു
തണലേകി നിന്നൊരാ തരുനിരയാകവേ
തടിയറ്റു ഭൂമിയിലാണ്ടുപോയി.
സൂര്യതാപത്താൽ വലഞ്ഞു ധിരിത്രിയും
നീരിനായ് ദാഹിച്ചു മേവിടുന്നു.
വന്ദിതരാകേണ്ടോരമ്മമാർ കുഞ്ഞുങ്ങൾ
നിന്ദിതരാകുന്നു പീഡനത്താൽ
വനിതകൾക്കാരിന്നു സംരക്ഷണം നൽകും
വിജനമാം ജീവിതപ്പാത തന്നിൽ
സബ്സിഡിയ്ക്കായ് ജനം നെട്ടോട്ടമോടുന്നു
കഷ്ടമിതെന്നേ പറഞ്ഞിടേണ്ടൂ.
ശ്രീ വിവേകാനന്ദ ദർശനം മോഹനം
കേരളമിന്നൊരു ഭ്രാന്താലയം
വികസനം നാടിന്നഭിമതമെങ്കിലും
പ്രകൃതി വിദ്ധ്വംസനമാകരുതേ!

കൊച്ചി മേട്രോ

നീരദ ജാലങ്ങളംബര വീഥിയിൽ
നീല നീരാളം പുതച്ചു നിൽക്കെ
നിദ്ര തൻ മാന്ത്രിക സ്പർശാനുഭൂതിയിൽ
നാട്ടുകാരെല്ലാം മിഴിയടയ്ക്കേ
കേൾക്കുന്നൂ രാവിൻ മറവിലിടയ്ക്കിടെ
കൂടങ്ങളാഞ്ഞടിച്ചീടും നാദം
കൊച്ചിതൻ മോഹക്കുതിപ്പായ മെട്രോയ്ക്കു
വീഥിയൊരുക്കും ധ്വനിയിതെല്ലാം.
നാനാതരം ശബ്ദവീചികൾ നമ്മുടെ
നിദ്രയേ ഭംഗപ്പെടുത്തിയാലും
നിദ്ര വെടിയേണ്ടാ, ഞെട്ടിയുണരേണ്ട
നല്ലൊരു സ്വപ്നം നമുക്കു കാണാം.
നൂതനമായൊരു യാത്രയ്ക്കൊരുങ്ങി നാം
നാളുകളെണ്ണീട്ടു കാത്തിരിപ്പൂ
ഈ നവ നിർമ്മാണ രംഗത്തണയുവാൻ
എത്ര സംവത്സരം പിന്നിട്ടു നാം
പോകാം നമുക്കൊന്നാ ദേശീയ പാതയിൽ
കാണാം പുതുപുത്തൻ കാഴ്ചയെല്ലാം
കൂറ്റനാം യന്ത്രക്കൈ മാറ്റിമറിക്കുന്നു
കോരിമാറ്റുന്നു ചെളിയും ചേറും
കാനകൾ തോടുകൾ മാറി മറയുന്നു
കാണാമഗാധമാം ഗർത്തങ്ങളും.
നാലുവരിപ്പാത പാതി മറച്ചിട്ടു
നാട്ടുന്നു മധ്യത്തിൽ സ്തംഭങ്ങളേ
പാതിമറവിൽ പരിരക്ഷതേടുന്നു.
പാതയോരത്തേ പഥികരെല്ലാം
ഉത്തുംഗസ്തംഭങ്ങൾ നീളെനിരക്കുന്നു
ചിത്തത്തിലദ്ഭുതക്കാഴ്ചയായി
പാതിരാവിന്റെ തണുപ്പിലും വേനലിൽ
പാരം തളർത്തുന്ന താപത്തിലും

പാവം പണിക്കാർ നമുക്കായൊരുക്കുന്നു
പുത്തനാം മെട്രോവിൻ പാളങ്ങളേ
മർത്ത്യർ തൻ ബുദ്ധിയും യന്ത്രത്തിൻ ശക്തിയും
ഒത്തുചേരുന്നിതാ മെട്രോയ്ക്കായി
ഉത്സാഹമോടെ പണിയെടുത്തീടുന്ന
കർമ്മോത്സുകരെ നമിയ്ക്കണം നാം
കർമ്മയജ്ഞത്തിൽ തളരില്ലൊരിക്കലും
ധർമ്മയജ്ഞത്തിലെ കർമ്മധീരർ
യാത്രാതടസ്സങ്ങൾ കഷ്ടപ്പാടൊക്കെയും
യാത്രികർ നമ്മൾക്കിന്നേറിയാലും
എല്ലാം മറക്കാം നമുക്കിനീ ഭാവിയിൽ
ഉല്ലാസമോടെ നഗരം ചുറ്റാം.
ഉല്ലാസമോടെ നാം മുന്നോട്ടു പോകുമ്പോൾ
തെല്ലിട താഴേയ്ക്കു കണ്ണയയ്ക്കാം.
മാലിന്യഭാരത്താൽ തേങ്ങീ ധരിത്രിയും
മൂകയായിന്നിതാ നിന്നിടുന്നു.
ഭൂമിയാമമ്മയേ മാറോടണച്ചിടാം
മാലിന്യമൊക്കെത്തുടച്ചു മാറ്റാം.
ശാലീനസുന്ദരിയാകുമീ കൈരളി
ശോഭയോടെന്നെന്നും വാണീടട്ടെ
വികസനമോഹങ്ങളേറെയുണ്ടെങ്കിലും
വികൃതമാക്കീടല്ലേ നാടിനേ നാം
നമ്മുടെ നാടിന്റെ ശാന്തിയും കാന്തിയും
നന്മയോടേ നമ്മൾ കാത്തിടേണം.

നോട്ടിന്റെ ഇരുട്ടടി

രണ്ടായിരത്തിപ്പതിനാറു പിന്നിടാൻ
ഉണ്ടല്ലോ മാസങ്ങൾ രണ്ടുകൂടി
രണ്ടായിരത്തിപ്പതിനേഴിങ്ങെത്തിയാൽ
ഉണ്ടല്ലോ പെൻഷൻ കുടിശ്ശികയും
എന്നോർത്ത് മാധ്യമപ്പെട്ടിതൻ ചാരത്ത്
വന്നിരുന്നു ഞാനും വാർത്തകേൾക്കാൻ
വന്നു നവംബറിൻ മാസമെട്ടാം ദിനം
നന്നായി ഞെട്ടിക്കും വാർത്ത മുന്നിൽ
ഇല്ലിനിയഞ്ഞൂറുമായിരത്തിൻ മൂല്യ
മുള്ളതാം നോട്ടുകൾക്കായുസ്സില്ലാ
എട്ടാംദിനമർദ്ധരാത്രിയിൽ തന്നെയീ
നോട്ടുകളെല്ലാമേ നിഷ്പ്രഭമാം.
കള്ളനോട്ടിന്റെയാധിക്യം നിയന്ത്രിക്കാൻ
കണ്ടെത്തിയതാണീ ഗൂഢതന്ത്രം
നോട്ടുകൾ മാറ്റുവാൻ കാലകേന്ദ്രങ്ങളും
നാട്ടുകാർക്കേകീ പ്രധാനമന്ത്രി
നോട്ടുകളുമായി വാർത്തകൾ കേട്ടവർ
നെട്ടോട്ടമോടുന്നു ബാങ്കും തേടി
എ ടി എം എല്ലാമേ കാലിയടിച്ചിട്ട്
എത്തുന്നുണ്ടെല്ലാരും ബാങ്കിനുള്ളിൽ.
ബാങ്കുകൾക്കുള്ളിലെ ക്യൂവതു നീണ്ടിട്ട്
ദേശീയപാതയിലെത്തീടുമ്പോൾ
സർവ്വത്തിനും സാക്ഷി സൂര്യനും മാനത്ത്
നിർവ്വികാരം ചിരി തൂകിനിൽപ്പൂ.
ഉച്ചവെയിലതിൽ ഉച്ചി കരിഞ്ഞവർ
ഉന്തുന്നു തള്ളുന്നു മുൻപിലെത്താൻ
വാർദ്ധക്യമേറിയോർ വീണു മരിക്കുന്ന
വാർത്ത കേട്ടീടുന്നു നാട്ടിലെല്ലാം
വാർദ്ധക്യകാലത്തെയോർത്തു സൊസൈറ്റിയിൽ
ശ്രദ്ധയോടെ പണം നിക്ഷേപിച്ചോർ
ഇല്ലിനി കിട്ടില്ല ചില്ലിയുമെന്നോർത്തു

വല്ലായ്മയോടെ മുഖം കുനിച്ചു.
എത്ര പണം ബാങ്കിൽ നിക്ഷേപിച്ചെന്നാലും
കിട്ടുമൊരുപുത്തൻ രണ്ടായിരം
രണ്ടായിരത്തിന്റെ നോട്ടു കൈപ്പറ്റിയോർ
കുണ്ഠിതത്തോടെ മടങ്ങിടുമ്പോൾ
തെണ്ടി നടക്കണം ചില്ലറക്കെന്നോർത്തു
കണ്ട കടകളിൽ കേറിടുന്നു.
ചില്ലറയില്ലെന്നു ചൊല്ലതു കേട്ടിട്ട്
ചങ്കിടിപ്പോടെ നടന്നിടുന്നു.
ലക്ഷങ്ങൾ ബാങ്കതിൽ നിക്ഷേപമുള്ളോരും
ലക്ഷ്യമില്ലാതെ വലഞ്ഞിടുന്നു.
കഷ്ടമിതെല്ലാമീ നോട്ടിന്നിരുട്ടടി
കഷ്ടത തീരുവാനാശിച്ചിടാം.

എന്റെ കുട്ടിക്കാലം

എന്നോർമ്മയിലെൻ കുട്ടിക്കാലം
മധുരസ്മരണയായ് നിൽക്കുന്നു
ചുറ്റും തോടിനാൽ ചുറ്റപ്പെട്ട
ഒറ്റപ്പെട്ടൊരു കുഗ്രാമം.
കാടും മേടും നെൽപ്പാടങ്ങളും
ചാരുത ചാർത്തിയ നാടല്ലോ
എന്നുടെ ഗ്രാമമതെന്നോർക്കുമ്പോൾ
ഇന്നും മാനസമുണരുന്നു.
വൈദ്യുതിയില്ലാ വാഹനമില്ലാ
കാൽനടയാണന്നെല്ലാരും
കുട്ടികൾ ഞങ്ങൾ ഒത്തൊരുമിച്ച്
കുട്ടിക്കളികളിൽ മുഴുകീടും
പാട്ടും പഠനവുമൊന്നിച്ചാണ്
പരിഭവമില്ലാ വഴക്കില്ലാ
തണലേകാനായ് മാവുകളുണ്ട്
തണലിലിരുന്ന് പഠി ച്ചീടാം.
ഇല്ല വിവേചനമില്ലാ നാട്ടിൽ
കുട്ടികളെല്ലാം സ്വന്തക്കാർ
ഉപ്പും പൂളിയും കൂട്ടിത്തിന്നും
ഊഞ്ഞാലാടി രസിച്ചീടും.
നാലുമണിക്കാ കൂട്ടുകാരെല്ലാം
നാഗം തല്ലിപ്പാറയിൽ കേറും
പാണ്ഡവൻമാരുടെ ചരിതം ചൊല്ലും
പാറയിൽ കേറിയിറങ്ങീടും.
പണ്ടൊരു നാഗം മണികാണാഞ്ഞ്
പാറയിൽ ചത്തൂ തലതല്ലി
നാഗം തല്ലിപ്പാറയെന്നങ്ങു
നാമവുമുണ്ടായ് പാറയ്ക്ക്.
അന്തിയാകുമ്പോൾ കൂട്ടുകാരെല്ലാം
സ്വന്തം വീട്ടിൽ കുടിയേറും.

ഇന്നാ നാളുകളോർക്കുമ്പോൾ
കൂട്ടുകാരെത്തുമുൾക്കണ്ണിൽ
സുന്ദരമാമെൻ ഗ്രാമത്തിൻ
സ്വച്ഛതയോർത്തു നമിക്കും ഞാൻ

മൊബൈൽ ഫോൺ

നൂതനമായോരറിവു പകരുവാൻ
നാട്ടിലെല്ലാമെത്തിയക്കപ്പെട്ടി
ചൊല്ലാമിതിൻ പേര് ചേലിൽ മൊബൈലെന്ന്
ചെല്ലപ്പെട്ടിയിതു പൊല്ലാപ്പായീ.

അക്കപ്പെട്ടി തന്നിൽ മക്കൾ കളിക്കുമ്പോൾ
അച്ഛനുമമ്മയുമന്യരാകും.
ഇല്ലാകളിചിരിയില്ലാഭവനത്തിൽ
തെല്ലുമില്ലാതമ്മിൽ സംഭാഷണം.

കാണാമറയത്തു ചെന്നിരുന്നാണല്ലോ
കാണേണ്ട കാഴ്ചകൾ കണ്ടിടുന്നു.
ഉള്ളതാം ഫോണതു കൈക്കലാക്കീടുവാൻ
കള്ളമല്ലാ മക്കൾ ശണ്ഠകൂടും.

ഉള്ളം നടുങ്ങീട്ടു മാതാപിതാക്കളും
ഉന്മേഷമില്ലാതെ നാൾപോക്കുന്നു.
അക്കത്തിൽ തൊട്ടു തലോടിയാൽ കാണാകും
ആട്ടവും പാട്ടും കളികളെല്ലാം.

കൈകൊണ്ടെഴുത്തും കടലാസ്സും വേണ്ടെന്നു
കൽപ്പിച്ചു തന്നൂ പ്രധാനമന്ത്രി
കൈവിരൽതുമ്പാൽ സമസ്തവും സാധ്യമാം
കൈമോശംവന്നതു ശാന്തിമാത്രം.

വാർദ്ധക്യമേറിയോർ നന്നായ് വലയുന്നു
വാസ്തവമത്രേ പരിഷ്കാരത്താൽ
ഫോണും പിടിച്ചുകൊണ്ടാകുന്നു ജോലികൾ
ഫോണില്ലാതാവില്ലാ ജീവിതവും.

ഇല്ലാപ്രതിവിധിയൊന്നുമിനിയില്ലാ
എല്ലാം സഹിച്ചിടാം നൻമക്കായി.

ജീവിത സായാഹ്നം

കാലചക്രത്തിൻ പരിരംഭണത്തിൽ നാം
കാലത്തിനൊത്തു ചലിച്ചിടുമ്പോൾ
നാമറിയാതെ കടന്നു പോം യൗവ്വനം
നഷ്ടമാം യൗവ്വന പ്രൗഢികളും.
വാർദ്ധക്യ കാലമിങ്ങാഗതമാകുമ്പോൾ
വന്നെത്തുമാധിയും വ്യാധികളും.
പിന്നിട്ട നഷ്ട വസന്തങ്ങളേയോർത്ത്
ഖിന്നരായീടും വയോജനങ്ങൾ.
മക്കൾതന്നഭ്യുന്നതിക്കായി മോഹിച്ച്
നിഷ്കാമകർമ്മം നടത്തിടുമ്പോൾ.
ആരാരുമോർക്കില്ലാ തങ്ങളേത്തന്നെയും
ആർക്കുമജ്ഞാതമാം ഭാവിയേയും.
കാലഘട്ടത്തിന്നനുസൃതമായിട്ട്
കാലവും കർമ്മവും മാറുന്നാളിൽ.
മാതാപിതാക്കളോടൊപ്പമിരിക്കുവാൻ
മക്കൾക്കിന്നാവില്ലാ നേരമില്ലാ
ആരോഗ്യഹീനരാം മാതാപിതാക്കളേ
ആരും കാണാതെ പരിത്യജിപ്പൂ.
മക്കളോ മായതൻ മോഹവലയത്തി-
ലുൾപൂക്കു ജീവിതമാസ്വദിയ്ക്കും.
മാധ്യമപ്പെട്ടിയും കമ്പ്യൂട്ടറുമായി
മാറ്റിമറിയ്ക്കുന്നു ജീവിതത്തേ
സ്വസ്ഥതയില്ലാ സമാധാനവുമില്ലാ
സ്വഛമാം ജീവിതമെങ്ങുമില്ലാ
ജീവിതമൂല്യങ്ങൾ പാടേ തകർന്നിന്നു
കേവലം ദ്രവ്യാർത്തി മാത്രമായീ
മാതാക്കളേയും ശിശുക്കളേയും കൊന്നു
കാമാർത്തി തീർക്കുന്നു കാപാലികർ
ജീവിത സൗഭാഗ്യം തേടീട്ടു മക്കളും
വീടതും നാടും ത്യജിച്ചീടുമ്പോൾ.
ആരോരുമില്ലെന്ന ചിന്തയുമായിട്ട്

ആയുസ്സു പോക്കുന്നു വൃദ്ധരേറെ.
ഏകാന്ത ദുഃഖത്തിൻ തീരത്തണഞ്ഞവർ
ഏറെയുണ്ടീക്കൊച്ചു കേരളത്തിൽ
കേട്ടറിവുള്ളതാം വൃദ്ധസദനങ്ങൾ
പൊട്ടിമുളയ്ക്കുന്നു നാട്ടിലെങ്ങും.
ദുഷ്ക്കരമാകുമീ ജീവിതപ്പാതയേ
പുഷ്പസമാനം മറികടക്കാൻ
ഈശ്വരനാത്മാവുതന്നെയാണെന്നതാം
ശാശ്വത സത്യം സ്മരിക്കണം നാം.
അല്ലാ നാമാരുമിന്നന്യരല്ലെന്നുള്ള
ചിന്ത നമുക്കു വരേണമെന്നും
ശക്തി നമുക്കു ലഭിക്കുവാനായിട്ടു
ശാന്തിയേത്തന്നെ ഭജിച്ചിടേണം
വിജ്ഞാനഭണ്ഡാരമുള്ളിൽ നിറയ്ക്കും നാം
അജ്ഞരായീടാതെ മുന്നേറണം.
ആവതുള്ളോർക്കാകാം മാനവസേവനം
ആത്മശാന്തിയ്ക്കതുമത്യുത്തമം
വൃദ്ധരാം നമ്മളിന്നൊത്തു ചേർന്നീടുകിൽ
വർദ്ധിക്കുമല്ലോ സുരക്ഷാബോധം
നമ്മുടെ നാട്ടിലശരണരായോർക്ക്
നൻമകൾ ചെയ്വാൻ നമുക്കുമാവും.
സായന്തനം തന്നിൽ തേജസ്സാം സൂര്യനും
സാഗരതീരമണയുമ്പോലെ
ജീവിത സായാഹ്ന വീഥിയിൽ നമ്മൾക്കും
മേവിടാം ശാന്തരായ് സൗമ്യരായി.

ഓണം മാറ്റങ്ങളിലൂടെ

എന്നുമെൻ കൗമാര സ്വപ്നങ്ങളിൽ പൂത്ത
പൊന്നോണമേ നീയണഞ്ഞുവല്ലോ
അന്നത്തെയോണ സ്മൃതികളിലെൻമനം
ഇന്നും തുടിക്കുന്നു വീണമീട്ടി.
അന്നെൻ തറവാടിൻ വീട്ടുമുറ്റത്തൊരു
നന്ദനോദ്യാനമുണ്ടായിരുന്നു.
മുല്ലയും, പിച്ചിയും ചെമ്പനീർപ്പൂക്കളും
മെല്ലെച്ചിരിതൂകി നിന്നിരുന്നു.
മാരിവിൽ വർണ്ണപ്പൂഞ്ചേല ചുറ്റീ മുന്നിൽ
കേരളശ്രീയുമൊരുങ്ങി നിന്നു
പൂവണി മുറ്റത്തു കുഞ്ഞുങ്ങൾ ഞങ്ങളോ
പൂക്കളം നന്നായ് ചമച്ചിരുന്നു.
ശുദ്ധതുളസീദളങ്ങളാൽ തീർത്തൊരു
വൃത്തത്തിൽ വെൺതുമ്പപ്പൂവുചാർത്തി.
ചേലുള്ള ചെത്തീ കദളി മന്ദാരവും
ചാലേ നിരത്തിയാപ്പൂക്കളത്തിൽ
ചെമ്പട്ടു ചാർത്തിയ ചെമ്പരത്തിപ്പൂവും
ആമ്പൽപ്പൂമൊട്ടും ചെന്താമരയും
കണ്ണിനു കർപ്പൂരമേകും ജമന്തിപ്പൂ
കാക്കപ്പൂ, മുക്കുറ്റി പൊന്നശോകം.
കോളാമ്പിപ്പൂക്കളും കാശിത്തുമ്പപ്പൂവും
കൊങ്ങിണിപ്പൂക്കളും പൊൻചെമ്പകം
ആദിയാം വർണ്ണ സുമങ്ങളാലാണല്ലോ
മോദേന തീർത്തതു നൽപ്പൂക്കളം.
ഏഴുതിരിയിട്ടു കത്തിച്ച നൽവിളക്കേ-
ഴഴകായി തെളിഞ്ഞു നിന്നു.
മാവേലി മന്നന്നു സ്വാഗതമോതുവാൻ
പൂവിളിയെങ്ങുമുയർന്നിരുന്നു.
പുത്തനുടുപ്പിട്ടു കൂട്ടരുമൊത്തന്ന്
തത്തിക്കളിച്ചു നടന്നു ഞങ്ങൾ

കുട്ടികൾ തന്നുടെ കോലാഹലങ്ങളാൽ
നാട്ടിൻപുറമന്നുണർന്നിരുന്നു.
പാണനാർ തന്റെയുടുക്കുപാട്ടുണ്ടന്ന്
വീണയും പുള്ളുവൻ പാട്ടുമുണ്ട്.
വേലന്റെ തുള്ളലും വില്ലുപാട്ടും പിന്നെ
കാളകളിയും പുലികളിയും
മങ്കമാർ തന്നുടെ തുമ്പിതുള്ളലുണ്ട്
അങ്കണം തന്നിൽ തിരുവാതിര
ആട്ടവും പാട്ടുമൂഞ്ഞാലാട്ടവുമുണ്ട്
ഒട്ടല്ലാ കേളികളേറെയുണ്ട്.
മൃഷ്ടാന്നഭോജനം സന്തുഷ്ടമാനസം
കഷ്ടമിന്നെല്ലാം പഴങ്കഥകൾ
ആ നല്ല നാളിന്റെയോർമ്മകളിന്നെന്നിൽ
ആനന്ദനൃത്തം നടത്തിടുന്നു.
എൻമനം ഹർഷ പുളകിതമാകുവാൻ
പൊന്നോണമേ നീ വരിക വീണ്ടും.

കലിയുഗ ദൃശ്യങ്ങൾ

എന്നു ശ്രീകൃഷ്ണൻ മറഞ്ഞു ജലധിയിൽ
അന്നു കലിയുഗമാഗതമായ്.
എന്നത്രെ ശ്രേഷ്ഠമാം ഭാഗവതം ചൊൽവൂ
ഇന്നതു സത്യമായ് തീർന്നിടുന്നു.
താമസമാകും കലിയുഗേ മാനുഷർ
ആലസ്യമഗ്നരായ് തീരുമെന്നും
പേടിയും ദുഃഖവും നിത്യമസത്യവും
കൂടെപ്പിറപ്പായിത്തീരുമെന്നും
കാഠിന്യവാക്കുകളോതിയനുദിനം
കൂടിയ ശത്രുത നേടുമെന്നും
സജ്ജന നിന്ദയേറീടുമെന്നും പിന്നെ
ദുർജ്ജനങ്ങൾ ചതി ചെയ്യുമെന്നും
ഭാഗവതോക്തികൾ കേട്ടറിയുന്നതാം
ഭാഗ്യവാന്മാരല്ലോ ഭാരതീയർ
മായയാൽ മൂടിയ മാനസങ്ങൾവിട്ടു
മായാമയനീശൻ മാറിനിൽക്കെ
സത്യധർമ്മങ്ങൾ പടികടന്നീടുന്നു
സ്വാർത്ഥരായ് തീരുന്നു മർത്യരെല്ലാം
മാലിന്യമെല്ലാമേ വീഥിയിലിട്ടിടും
മാന്യന്മാരാരോരും കണ്ടിടാതെ
പാതയോരത്തു നിറയുന്ന മാലിന്യം
തീരാവ്യഥയായി മാറിടുന്നു.
മന്ദാനിലൻ തന്റെ ശീതളസ്പർശവും
മാനുഷർ നമ്മൾക്കിന്നന്യമായി
കാവും കുളങ്ങളും കാനനഭംഗിയും
കാലത്തിനൊത്തു മറഞ്ഞുമണ്ണിൽ.
കാലം കലിയുഗമാകയാലല്ലയോ?
കാമാന്ധരാകുന്നു മർത്യരേറെ
സേവന തൽപ്പരരാകും ജനങ്ങളേ
നോവിച്ചീടുന്നുണ്ട് വ്യാജവാക്കാൽ
കാലവും കർമ്മവും മക്കൾക്കായ് ഹോമിക്കും

കാരുണ്യശാലിയാമമ്മയേയും
നന്മയും തിന്മയും വേറിട്ടറിയാത്തോർ
നിർമ്മരിയാദംപരിത്യജിപ്പൂ
സൃഷ്ടി സ്ഥിതിലയ സംഹാരകാരിണി
സത്യസ്വരൂപിണിയമ്മയല്ലേ?
അമ്മയേ ദേവിയായ് പൂജിക്കനാമെന്നും
നന്മ നമുക്ക് വരുവതിന്നായ്.

വാർദ്ധക്യ ദുഃഖങ്ങൾക്കൊരു മരുന്ന്

വന്ദിതന്മാരേ വൃദ്ധരായോരേ
എന്തിനാണന്തിനാണീ സങ്കടം?
ആരുമില്ലെന്നോ, നാം തനിച്ചെന്നോ
ആകുലചിന്തകളെന്തിനേറെ?
മഴയത്തും വെയിലത്തും പോയിടേണ്ടേ നാം
നാടിന്റെ മാറ്റമറിഞ്ഞിടേണ്ടേ?
കൂട്ടിനായില്ലേ, കൂട്ടുകാരില്ലേ
കൂട്ടായ്മയില്ലേ നമുക്കു ചുറ്റും?
വാർദ്ധക്യദുഃഖം ഉള്ളിൽ നിറഞ്ഞോർ
വാതുറന്നോതാൻ മടിക്കയല്ലേ?
ഏകരാണെന്നോ? ഏകാന്തതയോ
ഏകനാമീശ്വരൻ കൂട്ടിനില്ലേ?
വാർദ്ധക്യകാലം സുന്ദരമാക്കാൻ
വായനാശീലം വളർത്തണം നാം
ആവതില്ലെങ്കിൽ ഈശ്വരധ്യാനം
ആവോളമാകാം നമുക്കുനിത്യം.
ആയുസ്സു കൂട്ടാൻ, ആരോഗ്യം കാക്കാൻ
ആത്മസംഘർഷം കുറയ്ക്കണം നാം.
അറിവാം ദീപം തെളിയിക്കാനായി
അനുഭവജ്ഞാനം നാം പങ്കുവെയ്ക്കാം.
സൗമ്യതയാലേ സൗഹൃദത്താലേ
സന്തോഷമുള്ളിൽ നിറയ്ക്കണം നാം.
ഈ മരുന്നെല്ലാം നിത്യവും സേവിച്ചാൽ
വാർദ്ധക്യ ദുഃഖങ്ങൾ ഭസ്മമാകും.

സ്ത്രീ ശാക്തീകരണം

അബലയുമല്ലാ സ്ത്രീ ചപലയുമല്ലവൾ
അതിജീവനത്തിന്റെ സിദ്ധൗഷധം
ഭൂമിയേപ്പോലെ ക്ഷമാശീലയായവൾ
ഭൂമിയിലിന്നുമടിമ മാത്രം.
ജീവനാം പാതിക്കും മക്കൾക്കുമായിട്ടു
ജീവിതംതന്നെ ഹോമിച്ചിടുമ്പോൾ
ആരുമറിയില്ലവളുടെ ദുഃഖങ്ങൾ
ആരുമേ കാണില്ലാ കണ്ണുനീരും.
സുന്ദരമാമീ പ്രപഞ്ചത്തേ ശുദ്ധിയായ്
സംരക്ഷിക്കുമവൾ തൻ കരത്താൽ
ആകാശ വീഥിയിലാഴിപ്പരപ്പതിൽ
ആവോളം കർമ്മങ്ങൾ ചെയ്തീടുന്നു.
തോക്കേന്തും വാളേന്തും നാടിന്റെ നന്മയ്ക്കായ്
തൂലികയായ്പോലും പോരാടിടും.
അമ്മയുമാണവൾ, ഭാര്യയുമാണവൾ
നന്മ നിറഞ്ഞ സഹോദരിയും.
കൈവളയേന്തുവാനാകില്ലവൾക്കിന്നു
കള്ളന്മാർ പൊട്ടിക്കും താലിപോലും
സർവ്വം സഹയായ ഭൂമിയെപ്പോലവൾ
സർവ്വം ക്ഷമിക്കുന്നു സുസ്മിതത്താൽ
സൗന്ദര്യമെന്നുമീ സ്ത്രീകൾക്കു ശാപമോ?
സ്വന്തമാകേണ്ടവർ ശത്രുക്കളോ
സൃഷ്ടിസ്ഥിതിലയ കാരിണിയല്ലയോ
സ്ത്രീയെന്ന ശക്തിയീ ഭൂമണ്ഡലേ
എന്തൊരു വൈരുദ്ധ്യമിന്നീ പ്രപഞ്ചത്തിൽ
ഹന്ത! ഭവിക്കുന്നു സ്ത്രീ തൻ മുൻപിൽ
സംരക്ഷണം നൽകാൻ ബാധ്യസ്ഥരായവർ
സംസ്കാരശൂന്യരായ് മാറിടുമ്പോൾ
ശക്തിയാർജ്ജിക്കണം സ്ത്രീകളേ നാമിന്നു
ശക്തരായ്ത്തന്നെ പോരാടിടേണം

അഭിനവ ദുശ്ശാസനന്മാരോ സ്ത്രീകളേ
അമിതബലത്താൽ കവർന്നിടുമ്പോൾ
അരുതേയീ സാഹസം കണ്ടുനിൽക്കല്ലേ നാം
കരുതലോടെ നാമും മുന്നേറണം.

മഹാപ്രളയം

ഇന്ത്യ സ്വതന്ത്രയായ് തീർന്ന ദിനമതിൽ
ഹന്ത! ഭവിച്ചു മഹാപ്രളയം
തോരാത്ത പേമാരി കോരിച്ചൊരിഞ്ഞപ്പോൾ
കേരളമാകെ പകച്ചുപോയീ.
ആരുമേയോർത്തതില്ലല്ലോ മഴക്കാലം
ഇത്രമേൽ ഭീകരമാവുമെന്ന്
വൈദ്യുതിക്കായ്ജനം കാത്തുസൂക്ഷിച്ചതാം
വെള്ളമുയർന്നണക്കെട്ടുകളിൽ
ഒന്നായ് തുറന്നോരണക്കെട്ടുകളെല്ലാം
ഉണ്ടാക്കി വച്ചു മഹാപ്രളയം
പെരിയാറും പമ്പയും വഴിമാറിപ്പോയി
പുഴകളും വഴികളുമൊന്നായൊഴുകീ
കുട്ടനാടൻ പുഞ്ചയാകവേ മുങ്ങീട്ടു
നാട്ടുകാർ വഴിമുട്ടി വീട്ടിലായീ
കെട്ടുവള്ളങ്ങളും കൊച്ചുവള്ളങ്ങളും
കുത്തൊഴുക്കിൽപ്പെട്ടൊലിച്ചു പോയീ
സ്വാർത്ഥതയ്ക്കായ് തീർത്ത വൻമതിൽക്കെട്ടുകൾ
പൊട്ടിപ്പൊളിഞ്ഞു നിലംപതിച്ചു.
മാളിക വീടുകൾ വെള്ളത്തിൽ മുങ്ങീട്ടു
മാലിന്യമാകവേയുള്ളിലായീ
അഭയാർത്ഥികേന്ദ്രങ്ങൾ നാട്ടിലുണർന്നു
അഭയത്തിനെത്തീ ഭരണവൃന്ദം
മത്സ്യത്തൊഴിലാളികളാം സഹോദരർ
സന്മനസ്സോടെ തുണയ്ക്കായെത്തീ
ഒന്നല്ലൊരായിരം ജീവനവരുടെ
കൈകളിൽനിന്നു സുരക്ഷിതരായ്
നാടും നഗരവുമൊക്കെയുണർന്നിട്ടു
നാടിൻ സുരക്ഷയ്ക്കായൊത്തുചേർന്നു
ദൈവദത്തം മലയാളമാം നാടിനു
ദൈവമേ വന്നു ദുരിതശാന്തി
വികസന മോഹത്താൽ പ്രകൃതിയേ നോവിച്ചാൽ
വികസനം നാളെ ദുരന്തമാകും.

മഹാമാരി കോവിഡ്

രണ്ടായിരത്തിയിരുപതു മീനത്തിൽ
ഉണ്ടായതാണീ മഹാമാരി കോവിഡ്
ചൈനയിൽനിന്നു പുറപ്പെട്ടതാമണു
ചെന്നെത്തിയല്ലോ ഭൂലോകമാകെ.
നാടും നഗരവുമാകെ നടുങ്ങുന്നു
നിത്യവും വന്നെത്തും വാർത്ത കേൾക്കേ
സമ്പർക്കത്താൽ രോഗ വ്യാപനമെന്നോർത്തു
സന്തതം സംഭീതരാകുന്നു മർത്ത്യർ
സർവ്വ വിനാശം വിതയ്ക്കുന്ന കോവിഡിൻ
സഞ്ചാരപാതയടച്ചീടുവാനായ്
സർവ്വരും വീടുകളിൽ പൂക്കുവാഴുന്നു
സഞ്ചാരമാർഗ്ഗങ്ങളെല്ലാമടഞ്ഞിതാ
വാഹന വ്യൂഹങ്ങൾ നിശ്ചലമായല്ലോ
വ്യോമയാത്രപോലും നിർത്തിവച്ചീടുന്നു
സംസ്ഥാനത്തിന്നതിർ കൊട്ടിയടച്ചിട്ടു
സംസ്ഥാനങ്ങൾ തമ്മിൽ തർക്കമേറീ
സ്കൂളുകൾ, മാളുകളെല്ലാമടച്ചിട്ട്
സാധാരണക്കാരങ്ങേറെ വലയുന്നു.
ഭക്ഷണശാലകളെല്ലാമടഞ്ഞുപോയ്
ഭക്ഷ്യവസ്തുക്കളും ലഭ്യമാകുന്നില്ല
അന്യദേശത്തൊഴിലാളികളീനാട്ടിൽ
ഖിന്നതയാലേ വലഞ്ഞുനിരക്കുന്നു.
ഭക്ഷണം വെള്ളവും ലഭ്യമാകാഞ്ഞിട്ട്
പ്രക്ഷുബ്ധരായൊത്തുകൂടുന്നു വീഥിയിൽ
ഇല്ലാതിരിച്ചുപോയീടുവാനാവില്ലാ
തെല്ലൊന്നുമല്ലായിവരുടെ സങ്കടം
ലക്ഷങ്ങൾ നിത്യവും മൃത്യു വരിക്കുന്നു
ലക്ഷ്യമെല്ലാം തെറ്റിയല്ലോ മനുഷ്യർക്കും.
ലക്ഷക്കണക്കിനു മർത്ത്യർ വസിക്കുന്നു
ശിക്ഷയായ് കിട്ടും നിരീക്ഷണത്തിൽ

എന്നാണ് മാറുന്നതീ വ്യാധിയെന്നോർത്തു
നന്നായി ദുഃഖിച്ചു വാഴുന്നിതാ ജനം.
സർവ്വേശ്വരനേ സ്മരിച്ചു നാം വാണിടാം
സർവ്വ സംഹാരിയീ കോവിഡുമാറുവാൻ

വിഷുക്കണി 2020

പോയവർഷം നമുക്കോണമുണ്ടായില്ല
പുതുവത്സരത്തിൽ വിഷുവതുമില്ലാ
എങ്ങുനിന്നോ വന്ന കോവിഡിൻ ഭീതിയാൽ
തേങ്ങും ഹൃദന്തവുമായ് നിൽപ്പൂ മർത്യർ
അരുമയാം മക്കൾക്കു കണിയൊരുക്കാൻ
അകമേ നിനച്ചങ്ങു നിൽക്കയാണമ്മ
വിഷുപ്പക്ഷിതൻ പാട്ടു കേൾക്കുവാനില്ലാ
വിഷുവിന്റെയാരവമുയരുന്നില്ലാ
പൂത്തിരി, മത്താപ്പൂ, കമ്പിത്തിരിയില്ലാ
പറ്റില്ലയല്ലോ പുറത്തേക്കിറങ്ങുവാൻ
വിഭവങ്ങൾ വാങ്ങുവാൻ കടകളില്ലാ
വിജനമായ് തീർന്നല്ലോ വീഥികളും.
കണിവയ്ക്കുവാൻ കൊന്നപ്പൂവില്ലല്ലോ
കണിവെള്ളരി കിട്ടാക്കനിയുമായീ
വിഷുവിനുമക്കളെക്കാണുവാനാശിച്ചു
വിഫലമായ്തീർന്നല്ലോ മോഹമെല്ലാം.
വിഷുക്കണി കാണലും കൈനീട്ടം വാങ്ങലും
വിഷുസദ്യയുമില്ലാ, വിഷു മടങ്ങി
ഈശ്വര ധ്യാനത്തിനായൊരുങ്ങാം നമ്മൾ
ഈശ്വരൻ നമ്മെ രക്ഷിച്ചിടട്ടെ!

സംഘർഷ ഭാരതം 2023

രണ്ടായിരത്തിയിരുപതാംമാണ്ടതിൽ
ഉണ്ടായിക്കണ്ടു വൻ സംഘർഷങ്ങൾ
പൗരത്വഭേദഗതി ബില്ലിനേച്ചൊല്ലി
ഭാരതനാട്ടിൽ വൻ കോലാഹലം
ചേരിതിരിഞ്ഞതാം രാഷ്ട്രീയക്കാർ തമ്മിൽ
ചിന്തയില്ലാതെ പോരാടിടുന്നു.
എന്തുനിയമമെന്നോരാതെ സർവ്വരും
ഹന്ത തിരിയുന്നു ചേരിയായീ.
പൗരന്മാർ തമ്മിലടിക്കുന്ന രാജ്യത്തിൽ
പൗരന്മാർക്കുണ്ടോ സുരക്ഷിതത്വം?
സംപൂജ്യരാകേണ്ടൊരമ്മമാർ കുഞ്ഞുങ്ങൾ
സന്തതം പീഡിതരായിടുന്നു.
ഇല്ല നിയമ പരിരക്ഷയുമിന്ന്
എല്ലാമെല്ലാം വെറും പാഴ്‌വാക്കായി.
പ്ലാസ്റ്റിക് നിരോധനം വന്നതീനാടിനേ
പാവനമാക്കും സൽക്കർമ്മമല്ലോ.
എങ്കിലും കാപട്യശാലികൾ കാട്ടീടും
ശങ്കയെന്യേ കൊടും വഞ്ചനകൾ
ഭൂമിതട്ടിപ്പുകാർ കെട്ടിപ്പടുത്തതാം
ഭൂമിയിലുള്ള വൻ മാളികകൾ
ഭൂമൗ പതിച്ചതും ധൂളിയായ് തീർന്നതും
നൊമ്പരക്കാഴ്ചയായ് നിൽപ്പൂ മുൻപിൽ
സൂര്യതാപത്താൽ കരിയുന്നിതാ ഭൂമി
സൂര്യാഘാതത്താൽ മരിപ്പൂ മർത്ത്യർ.
കാലംതെറ്റിപ്പെയ്യും കൊച്ചു മഴയതിൽ
കേരളത്തിൻ ചൂടു വർദ്ധിക്കുന്നു.
നൂതനമാകും നിയമനിർമ്മാണങ്ങൾ
നാട്ടിലശാന്തിയുളവാക്കുന്നു.
പ്രകൃതിയും മർത്ത്യരും കൂടിയീ ഭൂമിയേ
വികൃതമാക്കീടുന്നു നാളിൽ നാളിൽ

കഷ്ടമീനാട്ടിൽ വികസനം നാട്ടാർക്ക്
നിത്യ ദുരിതമായ് മാറിടുന്നു.
കള്ളക്കടത്തും കഞ്ചാവുമീനൂറ്റാണ്ടിൽ
കള്ളമല്ലാ മുഖ്യ വാർത്തയല്ലേ?
മാരകമാകുന്ന കോവിഡിൻ വ്യാപനം
മാലോകർക്കേകുന്നു ഭീതിയേറെ
നാടിന്റെ നന്മയ്ക്കായ് ഈശ്വരധ്യാനവും
സേവനവും നമ്മൾ ശീലമാക്കാം.
സ്വാർത്ഥത ദുഷ്ടതയൊക്കെ വെടിഞ്ഞു നാം
സംതൃപ്തിയോടെ വസിച്ചിടേണം.

പുലരിക്കാഴ്ചകൾ

പുലരിതൻ പുതുവർണ്ണക്കാഴ്ചകൾ കാണുവാൻ
പൂങ്കുയിലെന്നെ വിളിച്ചുണർത്തീ
സമയമെന്തായെന്നറിയുവാൻ ഞാൻ നോക്കി
സമയമോ ബ്രാഹ്മമുഹൂർത്തമത്രേ.
കുയിലിന്റെ നാദത്തിൽ നിദ്ര വെടിഞ്ഞ ഞാൻ
കളകൂജനത്തിൽ മുഴുകി നിൽക്കെ
തെല്ലു നിശബ്ദമായ് നിന്നതിൻ ശേഷമാ
പൂങ്കുയിലെങ്ങോ പറന്നകന്നു.
വീണ്ടുമൊരുനിദ്ര പൂകുവാനാകാതെ
ഞാനുമലസമായ് വിശ്രമിക്കെ
അരുണോദയത്തിങ്കൽ തേജോമയൻ സൂര്യൻ
ആകാശദേശത്തു വന്നുനിൽക്കെ
പൂത്തുലഞ്ഞു നിൽക്കും മാവിന്റെ കൊമ്പത്ത്
പൂങ്കുയിൽവീണ്ടുമങ്ങാഗതനായ്.
കൂവിവിളിച്ചു വിളിച്ചു വരുത്തുന്നു,
കൂടെപ്പലപല കൂട്ടുകാരേ
പുലരിതൻ പുതുപുത്തൻ കാഴ്ചകൾ കാണുവാൻ
പൂമുഖ വാതിലിൽ ഞാനുമെത്തീ
കണികാണാൻ കേമൻ ചകോരമിണയുമായ്
കണിയൊരുക്കാൻ വേഗമെത്തിയല്ലോ?
കൂട്ടിനായ് വന്ന ചകോരത്തിൻ കുഞ്ഞുങ്ങൾ
കുറ്റിമുല്ലച്ചോട്ടിൽ കാത്തിരുന്നു.
തൊപ്പിക്കിളികളും ചാരക്കിളികളും
നീലപ്പൊൻമാനും പറന്നിറങ്ങി.
തൊടിയിലെ കൊക്കോ മരത്തിൻ ശിഖരത്തിൻ
ഞൊടിയിടകൊണ്ടെത്തിയണ്ണാർക്കണ്ണൻ
കാ, കായെന്നോതിയടുക്കുന്നു കാക്കകൾ
കൂടെ വന്നെത്തീ മരംകൊത്തിയും.

മുറ്റത്തേ പ്ലാവിന്റെ കൊമ്പിലതാ വന്നു,
പച്ചപ്പനംതത്ത ചാഞ്ചാടുന്നു.
ചെമ്പരത്തിപ്പൂവിനുള്ളിലിരിക്കുന്നു
ചെല്ലച്ചെറുകിളി തേൻനുകരാൻ
പലപല കിളികൾതൻ കലപില ശബ്ദത്താൽ
പുലരിയാകേ ശബ്ദ മുഖരിതമായ്
ദേശാടനക്കിളി വന്നെത്തി നോക്കീട്ടു
ദേശാടനത്തിനായ് പോയ്മറഞ്ഞു.
കിളികൾ തൻ വ്യത്യസ്ത ശബ്ദങ്ങൾ കേട്ടിട്ടു
കരളിനുമൽപ്പം സുഖം പകരാം.
പ്രകൃതിയാം ദേവിയെ പൂജിയ്ക്ക നാമെന്നും
പ്രകൃതിയല്ലേ ദൈവ ചൈതന്യവും.

പ്രകൃതിയുടെ വികൃതികൾ

സൂര്യതാപത്താൽ വലഞ്ഞ ധരിത്രിക്ക്
നീർപകരാൻ മഴക്കാലമെത്തീ
പുത്തൻമഴയേ ശിരസ്സിലേറ്റീടുവാൻ
കാത്തിരുന്ന ജനമാഹ്ലാദിച്ചു.
ആരുമേയോർത്തതില്ലീ മഴക്കാലമി-
ന്നിത്രമേൽ ഭീകരമാവുമെന്ന്
അംബരചുംബികളായുള്ള ഹർമ്മ്യങ്ങൾ
ആകാശവീഥി കവർന്നെടുക്കേ
സ്വൈര്യ വിഹാരം നടത്തുവാനാകാതെ
മാരുതൻ പോലും പരിതപിപ്പൂ.
പൊന്നുഷസ്സിൻ വരവെന്നുമറിയിക്കും
പൂങ്കോഴിച്ചാത്തന്മാരെങ്ങുമില്ലാ
കാലവർഷത്തിൽ വരവറിയിച്ചൊരാ
മണ്ഡൂകജാലങ്ങളില്ലിവിടെ
കാണാമറയത്തിരിക്കുമാ ചീവിടിൻ
കാതടപ്പിച്ചീടും നാദം കേൾക്കാം
കാർമുകിൽ മാനത്തു ഭൂമിക്കു ചാർത്തുവാൻ
കാളിമയോലും നൽ ചേല തീർക്കേ
അർക്കചന്ദ്രൻമാരും താരാഗണങ്ങളും
കാർമേഘപാളികൾക്കുള്ളിലാണ്ടൂ
അന്ധകാരാവൃതമാകുന്നു ഭൂമിയും
സംഭ്രമിച്ചീടുന്നു മർത്ത്യവൃന്ദം
സംഹാരരുദ്രയായല്ലോ പ്രകൃതിയും
സംഹാരതാണ്ഡവമാടീടുന്നു.
ദുഷ്ടരാം മാനുഷർ തൻ കൈക്കരുത്തിനാൽ
വെട്ടിനിരത്തിയ മാമലകൾ
പൊട്ടി വരുന്നുരുൾ പൊട്ടലായീ നാട്ടിൽ
കെട്ടിടമാകവേ തട്ടിമാറ്റീ
ഹൃത്തടം കീറി മുറിഞ്ഞ നദികളും
ആർത്തലറിപ്പാഞ്ഞടുത്തിടുന്നു.

കാറ്റിന്റെ കൈകളാൽ ചില്ലയൊടിഞ്ഞിട്ട്
കൂറ്റനാം വൻമരം വീണിടുന്നു.
നിലയില്ലാവെള്ളത്തിൽ കരകേറാനാവാതെ
നിലവിളിച്ചീടുന്നു ജീവജാലം
പൊട്ടിപ്പൊളിഞ്ഞതാം വീഥികളൊക്കെയും
പൊട്ടക്കുളങ്ങളായ് മാറിടുന്നു.
വാഹനജാലങ്ങൾ നിശ്ചലമാകവേ
ഹാ ജനമേറ്റം പകച്ചിടുന്നു.
ആർത്തു വരുന്നു കൊതുകിന്റെ വൻപട
നേർത്തൊരു കുത്തിനാൽ ഡങ്കിയേകാൻ
ദുഷ്ടർ കൊണ്ടിട്ടതാം മാലിന്യമൊക്കെയും
കഷ്ടം നിറയുന്നു നാട്ടിലാകെ
ദുർഗന്ധവാഹിനിയാകുന്നു വായുവും
ദുർഗതിയെന്നത്രേ ചൊല്ലിടേണ്ടൂ.
ദുരമൂത്ത മാനുഷർ നൽകും ദുരിതത്താൽ
കരൾപൊട്ടിക്കരയുന്നൂ ഭൂമീദേവി
അരുതരുതേയീ പ്രകൃതി വിദ്ധ്വംസനം
അതു നാളെ നാടിൻ വിപത്തായ് മാറും.

സൂര്യാതപം

സഹ്യാദ്രി തന്നുടെ ചാരേമരുവുന്ന
സർവ്വാംഗസുന്ദരിയാകുമീ കൈരളി
സൂര്യാതപത്താൽ വലഞ്ഞു വശം കെട്ടു
നീരിനായ് കേണു മയങ്ങിടുമ്പോൾ
വേനൽമഴയില്ലാ കാറ്റുമില്ലെങ്ങുമേ
വാടിവിയർപ്പിയ്ക്കുമുൾച്ചൂടുമാത്രം
ആരോരുമോർക്കാതെ വന്ന പ്രളയമീ
നാടിനേയിന്നുഷ്ണ ഭൂമിയായ് മാറ്റീ
പമ്പാനദിയും പെരിയാർ നിളയതും
അമ്പേ വഴിമാറിപ്പോയതിനാൽ
കുണ്ടും കുഴിയുമായ് നിൽപ്പൂ നദികളും
കണ്ടാൽ കരൾപൊട്ടും കാഴ്ചയായീ
കാനനച്ചോലകൾ തോടും നദികളും
കാണുവാനില്ലാ മണൽക്കൂനയാൽ
തീക്കനൽ പോലുള്ള സൂര്യനേയും നോക്കി
താപാഗ്നിയിൽവെന്തുരുകുന്നു ഭൂമീ
വീഥികൾ തോറും കണിക്കൊന്ന ചന്തത്തിൽ
വാടാതെ പൂത്തുലഞ്ഞങ്ങുനിന്നീടവേ
കണിയായ് വരേണ്ട നൽ വെള്ളരിയോ
കരിഞ്ഞങ്ങുണങ്ങിക്കിടപ്പൂ വയലിൽ
സൂര്യാതപത്താൽ കരിയുന്നിതാ ചിലർ
സൂര്യാഘാതത്താലേ വീണു മരിയ്ക്കയും
വാടിക്കരിയുന്നു സസ്യജാലങ്ങളും
വീടിനുള്ളിൽ പൂക്കു മർത്ത്യജന്മങ്ങളും
പക്ഷിമൃഗാദികൾ ദാഹത്താൽ കേഴുന്നു
പായുന്നെല്ലാവരും കുടിനീരിനായീ
വന്യമൃഗങ്ങളും വന്നാക്രമിക്കുന്നു
വഹ്നിയിൽ കാടാകെ വെന്തിടുമ്പോൾ
വീട്ടുമുറ്റത്തെ കിണറുകൾ വറ്റുന്നു
മങ്ങലൂറ്റിപ്പുഴ വറ്റിപ്പോകയാലേ
മാനുഷർക്കുള്ളോരഹന്ത ശമിയ്ക്കാതെ
മാറ്റുവാനാവില്ലയല്ലോയീ ദുർവിധി